மத்தாப்பூ சுந்தரி

வல்லிக்கண்ணன்

Title: Mathapoo Sundari

Author: Vallikannan

Language: Tamil

First Published on: 1947

Year of Publication: 2024

Book Format: Paperback

*Page Size: 6inch * 9inch*

Category: Fiction

Subject: Short Novel

No. of pages: 26

ISBN: 978-81-989211-6-1

Published by: Nilan Publishers, Madurai, Tamilnadu, India

பொருளடக்கம்

குறிப்புகளுக்காக

மத்தாப்பூ சுந்தரி

'படார் என்ற சப்தம் அறிவித்தது, வந்து நின்ற காரிலிருந்து ஆள் இறங்கியாயிற்று என்பதை.

காரின் கதவைப் பலமாக அறைந்து மூடிவிட்டு, குதிங்கால் உயர்ந்த பூட்ஸ்கள் 'டக்... டிக்.. டக்' என்று லாடங் கட்டிய குதிரையின் காலடி ஓசைபோல் - கட்டியம் கூற 'அம்மாளு' நடந்து வருகிறாள் என்பதை அறையில் இருந்துபடியே ஆராவமுதர் உணர முடிந்தது.

இயல்பாக அவரது கண்கள் கடிகாரத்துக்குத் தாவின. நெடுமூச்சு ஒன்று உயிர்த்தார் ஸ்ரீமான்!

மணி ஒன்பது ஐம்பத்து ஒன்று. பத்துமணியாக இன்னும் ஒன்பதே நிமிஷங்கள்! அம்மாளுக்கு இப்ப தான் வீட்டு நினைவு வந்தது போலிருக்கு !..ஊம்

நெஞ்சொடு புலம்பி நின்ற ஸ்ரீமான் ஆராவமுதரின் குமுறலுக்குக் குளுமைதர வரும் தென்றல் போல் வந்து சேர்ந்தாள் லேடி கனகம், 'ஹல்..லோ !' என்றபடி.

"நாகரிகச் சரக்குகளின் நடமாடும் விளம்பரம்" மாதிரி வந்து நின்றவளைப் பார்த்தும் பாராதது போல நடிக்க முயன்றார் அவர். அவளுக்குத் தெரியாதா என்ன, அவரது பம்மாத்துக்கள்!

'ஓஹ்ஹோன்னாளாம்! இன்னைக்கி எடிட்டர் சாருக்கு ரொம்ப ரொம்ப சிந்தனை வேலை போலிருக்கு!..பாவம்! இந்த பொது ஜனங்களுக்கு ஒரு எழவுமே புரியவில்லை. அவர்களை அறிவுபெறச் செய்வான் வேண்டி நமது

ஆசிரியர் எவ்வளவு உழையா உழைத்து, எவ்வளவு தியாகங்கள் செய்கிறார் என்பதை ......'

'ஷட் அப் என்று உறுமினார் ஐயா. அலறி அடித்து ஒடுங்குபவள் போல நின்று குறும்பாக அவரை நோக்கினாள் கனகம்

சிறிது கேரம் மௌனம் நிலவியது. மீண்டும் ஆரம்பித்தாள் அவள் - 'ஏன் ஸார் என் மீது கோபமோ? வந்தவளை ஏறிட்டுக்கூடப் பார்க்க முடியாதபடி......!'

'மாட்சிமை தங்கிய, மங்கையர் குல திலக, லேடி கனகம் அவர்களே வருக, வருக! அன்பு கெழுமிய அம்மையார் அவர்களே, தங்கள் வரவு நல்வரவு ஆகுக!'- இப்படி வெல்கம் அட்ரெஸ் நீட்டி முழக்கணுமோ அம்மாளுக்கு? இல்லே, தெரியாமல் தானே கேட்கிறேன்!'

அவர் உரக்கக் கத்தினார். ஆனால் அவளோ, குற்றம் செய்துவிட்டு சிரித்துச் சிரித்தே மழுப்ப முயல் குழந்தை போல், சிரித்தாள். "பல கண்ணாடி டம்ளர்களை உருட்டிவிட்டு உடைந்ததுபோல் கல கலத்தது அவளின் கலீன் சிரிப்பொலி. கனகம், 'சார் வாளுக்கு உண்மையிலேயே கோபம் தான் போலிருக் குடியம்மா! ஐயோ பாவம்! ஒரு ஓவல் கொண்டு வரட்டுமா சார்?' என்று வேறு குறும்புத்தனம் செய்தாள் அவள்.

ஆராவமுதர் ஆங்கார நாதராகி என்னதான் முறைத்துக் கர்ஜித்தாலும் கூட, அவரது ஆக்கினைகள் தேவி சன்னதியிலே அடங்கி ஒடுங்கி விடவேண்டியிருக்கும். ஒவ்வொரு முறையும் நடப்பது இதுவே? அவள் சண்டித்தனம் செய்தால்,எதிர்த்துப் பேசினால், அல்லது பதிலுக்கு எரிந்து விழுந்தால், சண்டைபோடுகிற மனுஷனுக்கு உற்சாகமிருக்கும், கூடக் கொஞ்சம்

கர்ஜிக்கலாம்! அவள் குற்றத்தை உணர்கிறது போல மூஞ்சியை 'ம்' மென்று ஆக்கி தலையைத் தொங்கப் போட்டுக் கொண்டு நின்றாலாவது கால்மணி நேரம் கோடையிடிப் பிரசங்கம் பண்ணித் தொலைத்துவிட்டு அம்மாடி யென்று சேரில் சாயலாம் அதெல்லாம் இல்லையே! அவரது உணர்ச்சிக் கொந்தளிப்பிலே பச்சைத் தண்ணீரை குபுக்கெனக் கொட்டுவது போல் அல்லவா அவள் போக்கு இருக்கிறது! - இது சமாளிக்கச் சிரமமான தாக்குதல் தான். அவருக்குத் தோல்வி உண்டாக்குகிற இந்தப் பண்பு தான் அவளுக்கு நல்ல துணை.

அதை எண்ண எண்ண அவருக்கு அதிகமான மனப் புழுக்கம் எழும். ஆனால் என்ன செய்வது! 'சே! உன்னோடு எப்பவும் பெரிய எழவாப் போச்சு போ! சுத்த தடிக்கழுதை! வரவர.....

ஆராவமுதர் எதிர்பாராத விளைவு வெடித்தது அங்கே. சிரிக்கும் சிங்காரியாக நின்ற கனகம் சடக் கென்று நிமிர்ந்து விறைப்பாக நின்றாள்; ஒருதரம் கனைத்து தொண்டையைச் சரிப்படுத்திக் கொண்டாள். 'என்ன இது! ஒரேயடியா பேச்சு மேலே மேலே ஒரு மாதிரியாப் போகுதே! இது நல்லாயில்லே. ஆமா. சொல்லிப் போட்டேன். வார்த்தைகளை ஊதாரித்தனமாகச் செலவு பண்ணாதீங்க. கொஞ்சம கண்ட்ரோல் பண்ணிப் பேசுங்க!' என்றாள்.

அவள் முகத்திலே முந்திய குறும்புத்தனம் நெளிய வில்லை. கடுகடுப்பு குதித்தது. அவன் விளையாட்டுக் காகப் பேசவில்லை; வினைக்காகத் தான் சொல் உதிர்க்கிறாள் என்பதை அவர் உணர்ந்து கொண்டார். அவளது பார்வையும் மிடுக்கும் அவருக்குப் பிடிக்கவில்லை.

'பின்னே என்னவாம்? வீடு வாசல் குடித்தனம் எல்லா அது இதுங்கிற தெல்லாம் ஒண்ணுமில்லே எல்லாவற்றையும் - மானம் மரியாதைகளைக் கூட- காற்றிலே பறக்கவிடுற தடித்தனம் தான் உன்கிட்டே இருக்கு இது......

'போதுமே! நான் என்ன ஜடம்னு நினைச்சுக் கிட்டேளா தடிக்கழுதையாமே! தடிக்கழுதை இப்படித் தான் டிரஸ் பண்ணிக்கொண்டு நடமாடுதோ?.. தடிக் கழுதை, தடித்தனம். ரொம்ப லெட்சணமாப் பேசக் கற்றுக் கொண்டாச்சு. அழகு வழியுது!'

அழகு ஒண்ணும் வழிய வேண்டாம். வாழ்க்கையே அழுது வழியுதே உன்னாலே! பெண்ணா லட்சணமாக இராமே கண்டபடி அலைவாளாம். நல்ல பேச்சு சொன்னால் அம்மாளுக்கு நொள்ளாப்பு வேறே வருது ?... என்று முணமுணத்தார் ஆராவமுதர்.

'ஆமா, இப்ப என்ன நடந்துட்டுதாம்? வீணாப் போட்டு கத்துவானேன்? வெளியே சுற்றி அலுத்துப் போய் வீட்டுக்கு வந்தால், தினசரி இதே எழவுதான்!'

'பிரமாத வேலைடாப்பா? நாய்க்கு வேலையுமில்லே; நிற்க நேரமுமில்லேங்கிற கணக்குத்தான் ....'

கனகம் சீறினாள். 'என்ன இது! ஒரேயடியாப் போகுதே! வரவர உங்கபேச்சு முட்டாள்தனமா வளருதே?' என்றாள்.

கல்லால் தாக்குண்டவர் போல் திடுக்கிட்டு முழித்துப் பார்த்தார் அவர். ஓகோ! இவ்வளவு தூரமாயிட்டுதோ!' என்று உறுமினார்.

'பின்னே என்னவாம்? ஐங்கிலிமியான் மாதிரி கால் மணி நேரமாக் கத்தினால்? தடிக்கழுதை, தடிமாடு,

நான் இப்படித்தான் உங்க் கண்ணுக்குத் தோன்றுறேனோ?...முட்டாள்தனமனு சொன்னவுடனே மட்டும் கோபம் பொத்துக்கொண்டு வருதே! அப்படித்தானே மற்றவாளுக்கு மிருக்கும்?' என்று தலையை ஆட்டி ஆட்டிப் பேசினாள் அவள்.

ஆராவமுதர் நோடியான பதில் எதுவும் சொல்லவில்லை. 'பெரிய சினிமா ஸ்டார்னு தான் நினைப்பு மூதேவிகளுக்கு! முஞ்சியும் முகறக்கட்டையும்! என்ன வேண்டிக் கிடக்கு சதிர்த்தாசியின் குலுக்கும் மினுக்கும், கண்ணை உருட்றதும்...தூ! இவ அஞ்சாறு ஜங் கிலிமியான்களை கண்டுட்டா பிரமாதமா மண்டுகம்!'

வேறே தேடிப் போகணுமாக்கும்? உங்களைப் பார்த்தாலே போதுமே!.. நான் கண்டிப்பாக் சொல்றேன். இன்னும் மடத்தனமாய் பேசிக்கொண்டே யிருக்க வேண்டாம். ஆமா...அப்புறம் நானும்.....'

அவள் பேசி முடிக்கவில்லை --முடிக்க விடவில்லை? 'பளார்' என்று கன்னத்தில் ஒரு அறை கொடுத்தார். 'நாகரிகமாம்! மோறைகளைப் பாருங்க! சுத்த தேவடியாத்தனம் தான் வளருது நாகரிகம்கிற பேரிலே வாயாடிக்கழுதை' என்று கனல்மொழி வேறு சூட்சக் உதிர்த்தது.

'புரூட்!..மிருகம்!' என்று கத்தினாள். ஆனால் அங்கு நிற்கவில்லை. கன்னத்தைத் தனது கையால் தடவிக்கொண்டே தனது அறையை அடைந்தாள். அவள் உள்ளமோ எரிமலையாகி விட்டது!...

'மங்கையர் மன்றம்' ஆண்டு விழாவில் கலந்து மகிழ்வுடன் வீடு திரும்பும்போது அவள் நினைக்க வில்லை, இப்படி நடக்கும் என்று. அவள் உள்ளம்

அதிகமான உற்சாகம் உற்றுக் குதூகலித்துக் கொண் உருந்தது அன்று மாலையில். மன்றத்திலே பல மங்கையருடன் மனோகரமாகப் பேசியது. விழாவின் ஆர்ப்பாட்டங்கள் தந்த உவகை, சொல்மாரி பொழிந்த போது கிடைத்த கரகோஷங்கள், பூமாலை, புகழ் மாலைகள் எல்லாம் அவள் மனதை ஆனந்த வெளியிலே இன்பமாக நீந்தும் மைனாவாக மாற்றியிருந்தன. அவளை எல்லொரும் பாராட்டினார்கள். மறுநாள் பத்திரிகையில் எல்லாம் அவள் படமும் விழா விவரங்களும் பிரமாதப்படும். அதை எண்ணும்போது அவள் மனம் கும்மாளியிட்டது. அது தவறு இல்லையே!

இவற்றைப் பற்றி இன்பமாகப் பேசி மகிழலாம் தனது கணவருடன் என்று அவள் எண்ணி வந்ததிலும் தவறு இல்லை தான்! ஆனால் மனித மனம் எண்ணுகிறபடி யெல்லாமா எப்போதும் காரியங்கள் நடைபெறுகின்றன? அவள் ஒன்று நினைக்க ஆராவமுதர் வேறொன்று எண்ணிவிட்டார்; பாபம்!

ஆனால் அவரை மட்டுமே குற்றம் சாட்டிவிட முடியாது. ஆசிரியர் ஆராவமுதர், தாலி கட்டிய மனைவி என்பதற்காக, பெண்ணை அடிமைப்படுத்துகிறவர் அல்ல, அப்படி இருந்திருப்பாரானால், வெறும் கனகம்மாளாக வாழ வேண்டியதாகுமே தவிர லேடி கனகம் என்று பெயர் பெற்றிருக்க முடியாது. அவர் விசால மனோபாவமுடையவர். பெண் உரிமைகளை கௌரவிப்பவர். அதனால் அவரது வாழ்க்கைத் துணைவிக்கு தாராள சுதந்திரம் அளித்திருந்தார்.

சமுதாயத்திலே தனி மதிப்பு பெற்றுவிட்ட ஆசிரியன் மனைவி என்பதோடு, கலாசாலைப் படிப்பும் பெற்றுத் தேர்ந்த நவயுவதியாகவும் இருந்ததால் ஸ்ரீமதி கனகம்மா சுலபமாக லேடி கனகம் ஆராவமுதன் என்ற கௌரவ

ஜந்துவாகத் திரிய வசதிகள் ஏற்பட்டன. அதை அவள் நன்றாகப் பயன்படுத்திக் கொண்டாள்.

இந்த நாகரிக யுகத்தின் விளைவுகள் எத்தனையோ உண்டு அவற்றிலே ஒன்று நான் 'ஸொஸைட்டி லேடி' என்கிற பரிணாமமும். இந்த அந்தஸ்துக்கு உயர்ந்து விடுகிற பெரியமனுஷாள் வீட்டுப் பெரிய மனுஷிகளுக்கு வேண்டிய திறமை யெல்லாம் அவர்கள் பெரிய மனிதர்களின் புத்திர பாக்கியங்களாகவோ, அன்றி வாழ்க்கை அந்தஸ்திலே உயர்ந்துவிட்ட பெரிய புள்ளிகளின் ஸ்ரீமதிகளாகவோ தலையெடுப்பது தான், பணம், படிப்பு,பட்டம் பதவிகள், படாடோபங்கள் ஆகிய பண்புகளின் அவதார பூமியிலே அலங்கார பொம்மைகளாகத் திரிகின்ற இந்த நவயுகப் பதார்த்தங்களுக்கு எவ்வளவோ வேலைகள் உண்டு! அளவுக்கு அதிகமான அலுவல்கள்! என்ன?

காலையிலே எட்டுமணி வரை தூங்கிப் புரண்டு எழுந்து 'பெட் காபி பருகி, சோம்பலுடன் படுக்கையிலே கிடந்து தூங்காமல் தூங்கி இன்புற்று எழுவதிலிருந்து, இரவில் ரொம்ப நேரம் வரை--லேடீஸ் கிளப்பிலே மீட்டிங், மிஸஸ் டெய்ஸி ஜோனதான் வீட்டில் டீ பார்ட்டி, ஸ்ரீமதி கல்யாணி விஜயராகவன் ஆத்திலே 'அட்ஹோம்,' மிஸஸ் சுந்தரி சுப்ரமண்யம் வீட்டில் டின்னர், அங்கே அது, இங்கே இந்த இது, விழா, பிரசங்கம் என்ற ரீதியிலே எங்கேனும் ஏதாவது முக்கிய காரியம் இருக்கவே இருக்கும். ஷாப்பிங், டாய்லட், மேக் அப் - இப்படி வேறு எவ்வளவோ இல்லையா, பிரமுகர்கள், பிரபலஸ்தர்கள் லேடிகள், மிஸஸ்கள், மிஸ்கள், குமாரிகள், ஸ்ரீமதிகள் என்று மின்னுகிற தனி உலகிலே திரிய தங்களைத் தகுதி யுள்ளவர்களாக்கிக் கொள்ள!

இந்த அந்தஸ்திலிருந்தவள் தான் லேடி கனகமும். அவள் பெரிய மனிதாரான தந்தையின் மகள். பிரபலஸ்தரின் மனைவி. ஆகவே அந்தஸ்து இருந்தது. பணம் இருந்தது.'போதே போகலியே' என்று சொல்வதற்குப் போதுமானபடி ஏராளமான காலமும் இருந்தது அவளுக்கு! வீட்டு வேலைகளைக் கவனிக்கப் போகிறாளா; கணவனுக்குப் பணிசெய்யப் போகிறாளா? அதெல்லாம் இல்லையே! ஆகையால் அவன் 'நாகரிக தர்மாமீட்டர்' களில் ஒன்றாகப் பகட்டித் திரிய நேர்ந்தது.

தனது மனைவி நாகரிக தர்மத்தின்படி திரிந்தது முதலில் ஆராவமுதருக்குத் திருப்தியே தந்தது. அவன் சொல்மாரிகள் மூலம் பெற்ற புகழும், நாகரிக விளையாட்டுக்களிலே அடைந்த கீர்த்தியும், எதிலும் ஏற்றுவந்த பாராட்டுக்களும் அவருக்குப் பெருமையை வளர்த்தது. மனைவி என்பவள் புதுமையான இணைப்பு வாழ்க்கையிலே என்ற நிலை நீடித்த ஒன்றிரு வருஷங்கள் வரை, கனகத்தின் செயல்களில் மிகவும் மகிழ்ந்து போனார் அவர். பிறகு 'என்னதான் நாகரிகம், அந்தஸ்து என்று சொல்லிக்கொண்டாலும் கூட, பெண்களுக்கு முக்கியமான குடும்பப் பொறுப்புகளும் உண்டு. அவற்றையும் கொஞ்சம் கவனித்துக்கொள்ள வேண்டும், கனகம்' என்று செல்லமாகப் போதிக்க வேண் டிய அவசியம் ஏற்பட்டது ஆசிரியருக்கு.

கல்யாண வாழ்வின் புதுமோகம் என்கிற மேல் பூச்சு உதிர்ந்து குலைந்து, அன்றாட வாழ்க்கையில் வேண்டாத மனக் கசப்புகள் என்கிற திட்டு திட்டான கறைகள் படியத் தொடங்கவே, அவர் 'என்ன வேண் டிக் கிடக்கிறது, ஸொஸைட்டியும் பகட்டித் திரிவதும்! குடும்பம், வீடு, கணவன், மனைவி என்கிற எதையுமே மதிக்காமல்

கண்டபடி திரிவது தான் நவயுக கலாசாரமாக்கும்! யாருக்கு வேண்டிக் கிடக்கிறது இவை யெல்லாம்? மனிதர்களென்றால் மனோத்திருப்தி, மகிழ்வு இனிமை எல்லாம் வேண்டாமா? அவற்றுக்கு வழி செய்யாமல் வீட்டை இருளடையப் போட்டுவிட்டு பெண் வெளியிலே வெளிச்சம் போட்டுத் திரிந்தால்...? இது பெண்களுக்கே அழகாகவா இருக்கிறது?' என்று அலுத்துக்கொள்ளும் அளவுக்குப் பரிபக்குவம் பெற்றுவிட்டார்.

அவர் தான் என்ன செய்வார்? அவள் போக்கு அப்படி யிருந்தது. அவருக்கு எரிச்சல் உண்டாக்கியது. மனக் குழப்பம் வளர்த்தது. எதுவும் செய்ய முடியாதவராக, கண்டித்துக் கட்டுப்பாடுகள் செய்யத் தெம்பற்றவராக, அவரை ஒடுக்கி விட்டது

அது ஆரம் =பத்தில் அவர் அளித்த ஆதரவுகளும் பாராட்டுதல்களும் அவளுக்கு உற்சாகமும், பின் தைரியமும்,பிறகு முரட்டுத் துணிச்சலும் கொடுத்து விட்டன. கணவன் என்று அன்பும் மரியாதையும் காட்டியவள், போகப் போக நம்ம அவர்தானே? என்று சகஜ நிலையில் இறங்கி, பின் "ப்சு?கிடக்கு! அதுக்கு வேறே வேலை ஏது!" என்று அசட்டை செய்யும் பரந்த மனோ பாவத்தை வளர்த்துக்கொண்டாள்.

அவரது முணுமுணுப்புகளுக்கு முறுவலோ, முழு நகையோ காட்டிலும், அவரது குறை கூறல்களை எல்லாம் குறும்புத்தன விளையாட்டுகளால் மழுப்பி மறைத்தும் அவரது எதிர்ப்பை வலுவற்றதாக்கித் தனது போக்கை, உறுதிப்படுத்தி நவயுக மாடலிலே, திறம்பட வளர்த்து வந்தாள் லேடி கனகம். அவளது திருவிளையாடல்களை எல்லாம் சகித்து, மனதுக்குள் புழுங்குவது தவிர வேறொன்றும் செய்ய இயலாத

'பராபரமாகக் காலந் தள்ளுவதே அவரது வாழ்க்கை நியதியாகி விட்டது.

என்றாலும் கூட, அன்றைக்கு நடந்ததை அவரால் சகித்துக்கொள்ள முடியவில்லை...

லேடி கனகம் அன்றைய விசேஷ விழாவுக்குச் செல்வதற்காக அதிக சிரத்தையோடு அலங்காரம் செய்து கொண்டு கிளம்பினாள். அலங்கார இலக்கணங்களுக்கு உரிய ஹேராயில், பௌடர் முதலிய சம்பிரமங்கள் எதுவும் ஓர் சிறிது கூடக் குறையாமல், கண்ணாடி முன் மணிக் கணக்காக அமர்ந்து திறமையாக அணி செய்து கொண்டும் கூட அம்மாளுக்கு திருப்தி ஏற்படவில்லை. பளிங்கில் தெரியும் பிம்பம் கூறிய காட்சி போதுமானதாகப் படவில்லை போலும் அவளுக்கு!

தனது அறையை விட்டு வெளியேறி ஹாலுக்கு வந்தாள் கனகம், ஐம்பப் பையும் கையுமாக! நடு அறையிலே நின்று அங்குமிங்கும் சுழன்ற அவளது கயற் கண் பார்வையிலே ஆராவமுதனின் உதவியாளனாகப் பணியாற்றும் சுந்தரம் சிக்கினான். அவள் விழியிலே ஒளி தெறித்தது. ரோஜாமொக்கு உதடுகளில் இள நகை நெளிந்தது.

அவன் கவனத்தைக் கவர்வதற்காக, கைவளைகளைக் குலுக்கினாள் கனகம். நவயுக தர்மப்படி ஒரு கையிலே ரஸ்ட்வாட்சும், மறுகையில் கலகலக்கும் வளைகளும் அணிந்திருப்பதில் ஒரு சௌகர்யம் இல்லாமல் போகவில்லை. பிறர் கவனத்தைக் சட்டென்று கவரவல்ல அலாரமணியோசை எழுப்ப உதவும் அல்லவா!

குலுங்கும் வளைகளின் கலகல ஒலி சுந்தரத்தை ஏறெடுத்துப் பார்க்கும்படி இழுத்தது. பார்த்தான். மேனாமினுக்கி மோகனப் புன்னகை செய்தாள்.

அவன் தலைகவிழ்ந்து தன் வேலையில் ஈடுபட முயன்றான்.

முடியவில்லை. மீண்டும் திரும்பிப் பார்த்தான். கலவா உணர்ச்சியும் ஆத்ம அரிப்பும் கவ்விக்கொள்ளவும் குனிந்து கொண்டான்.

அவனது உணர்த்திக் குழப்பங்களைப் புரிந்து கொள்ளும் திறமை பெற்றிருந்த லேடி கனகம் வளை யொலியிலும் மோகனமான மெல்லொலிச் சிரிப்பு சிந்தினாள். "மிஸ்டர் சுந்தரம்!" என்று வேறு இனிமையாக உச்சரித்தாள்.

அவன் பார்த்தான். அழகியொருத்தி அருமையாக அழைக்கும்போது திரும்பிப் பார்க்காமல் இருக்க சுந்தரம் என்ன விஸ்வாமித்திர வாரிசா அவன் வாலிபன் தானே !

பார்க்கும் அவனைப் பார்த்தபடியே அலங்காரி வசியப் புன்னகையோடு கேட்டாள் 'மணி என்ன ஆகிறது, மிஸ்டர் சுந்தரம் ?'

"ஊம்... மணியா?..." என்று குழம்பினான் அவன்.

'ஆமா, மணிதான்?'

'மணியா... நாலே கால்'

"ஓ நாலே காலாச்சா?" என்று எதிரொலிந்த எழிலியின் கண்கள் சிரித்தன ; இதழ்கள் சிரித்தன. அங்கமெலாம் அழகு சிரிக்க நின்ற அவள் கையில் அணி செய்த வாட்சை நோக்கினான் அவன்.

'வாட்ச்சைப் பார்க்கிறேளா? அது கூட ஓடத்தான் செய்யுது. டைம் கரெக்டாப் போகுதான்னு பார்க்கதுக்காக கேட்டேன்' என்று அநாவசியமாகச் சொல்லாடினாள் அவள்.

'அது சரி, ஏன் ஒரு மாதிரி இருக்கிறேள்? உங்களுக்கு ஏதாவது' என்று இழுத்தாள் கனகம்

'ஒன்றுமில்லையே. எப்போதும் போலத்தானே இருக்கிறேன்' என்று தடுமாறினான் அவன்.

அவன் அப்பாவி! அவள் வீண் வம்பு பண்ணிக் கொண்டிருப்பது அவனுக்குப் பிடிக்கவேயில்லை. சங்கோஜமும் கலவரமும் உள்ளத்திலே எழுந்து முகத்திலே வண்ணம் தீட்டின.

அவளோ தன் அலுவலைப் பார்த்துக்கொண்டு வெளியேறுவதாகத் தோன்றவில்லை. "இல்லே, ஒரு மாதிரி இருக்றேளேன்னு கேட்டேன்" என்று சொல்லி விட்டுச் சிரித்தாள் கனகம். பிறகு ஆமா, நீங்க காபி சாப்பிடப் போகலிமோ?' என்று வினவினாள்.

"இது என்னடா வீணெழவு சனியனாயிருக்கு என்று தான் சுந்தரம் குமைத்தான். அப்படியே கூறிவிட முடியுமா? இன்னமே தான் போகணும்' என்றான்.

'நீங்க இன்னும் ஹோட்டலிலேயே தான் சாப்பிடு றேளா?' என்று பரிவாக விசாரித்தாள்.

'ஊம்' என்று தலையை யாட்டினான் அவன். அவனுக்கு தர்ம சங்கடமாக இருந்தது. எவ்வளவு நேரம் தான் குனிந்த தலை நிமிராமல் நின்று பதில் சொல்வது? அவன்

கண்கள் பார்வை எறியும். அவளது விழிகளைச் சந்தித்து நேர் நிற்க முடியாது வீழும். எங்காவது நீந்தும். தரைக்குத் தாவும். எதிர் சுவற்றிலே சாடும். மீண்டும், முறுவலித்து நிற்கும் மங்கையின் நோக்கிலே மோதும். அப்போது அவனது குழப்பம் அதிகமாகும்.

'ஏன் நிக்றேன்? உடகாருங்க' என்றாள் அவள். 'ஏன் நீங்க ஹோட்டலிலேயே சாப்பிடணும்?'

'பின்னே?'

ஊரிலேருந்து யாரையாவது கூட்டிவந்து வீடமைத்து.

'ஊஹூம்' என்று தலையாட்டினான் அவன்.

"ஏன், யாருமில்லையா?'

ஆமாம்'

'உங்களுக்குக் கல்யாணமாகலியா இன்னும்?' என்று கேட்டாள். அவளைக் கவனித்தான். கவிழ்ந்தான். சொல்வதுக்குக் கூடவா வெட்கம் என்று கேலி செய்தாள் அவள்.

'இல்லை' என்று தலையசைத்தான் அவன்.

'எது இல்லை - வெட்கமில்லை என்கிறேளா?' என்று சிரித்தாள் சிங்காரி

'இல்லை ...எனக்கு இன்னும் கல்யாணம் ஆகலே' என்று மென்று விழுங்கினான் வார்த்தைகளை.

'ஒகோ! என்று குறும்புத்தனமாகத் தலைலை யாட்டி, பார்வை சிதறியபடி கேட்டாள் அவள், ஏன் அப்படி?' என்று.

அவன் மௌனமாகவே நின்றான். இதற்கு என்ன பதில் சொல்வது "இதெல்லாம் உனக்கென்ன கேள்வி? போயேன் உண சோலியைப் பார்த்துக் கொண்டு!" என்று சொல்வது தான் சரியான லாகும். ஆனால் அவளிடம் அவன் அப்படிச் சொல்ல முடியுமா?

அவள் சிரித்தாள். "நீங்கள் பீஷ்மராகப் போகிறேளாக்கும்..ஊம்ம்!" என்று இழுத்தாள் குழையும் குரலை. 'பெண்களாவது பெண்கள்! சுத்த ஜடங்கள்! எண்ண வேண்டிக் கிடக்கிறது கல்யாணம்! இல்லையா மிஸ்டர் சுந்தரம். இது தானே உங்கள் நினைப்பு?" என்று வேறு ரகளை பண்ணினாள்.

அவள் போக்கு அவனுக்குப் புதிராக இருந்தது சிறிது காலம் வரை, பிறகு அவன் கூடப் புரிந்து கொண்டான்.

அந்த நாகரிகச் சிலந்தி தளுக்குவலை பின்னி தன்னை மயக்கப் பார்க்கிறது என்பதை உணர அவன் அதிகம் சிரமப்படவில்லை. சிரமம் ஏற்படும்படி இருட்டடிப்பு எதுவும் செய்துவிடவில்லை சிங்காரி.

'சுந்தரம், நீங்களென்ன பேசாமடந்தனா?..ஓ ஸாரி! பேசாமடந்தைதான் உண்டோ?..ஏன் ஆசிரியர் ஸார்? பேசாமடந்தைக்கு ஆண்பால் ஏதாவது உண்டோ இலக்கணத்திலே ?" என்று கனைத்தாள் கனகம்.

அவன் பாடு ரொம்பக் கஷ்டமாகி விட்டது. 'சவத்து முண்டை சட்டென்று தொலைய மாட்டேன் என்கிறாளே! ஆசிரியர் வந்துவிட்டால் ?...சே!' என்று மணம் குழம்பினான் அவன். வெட்கமும் பயமும் அவனை வாட்டி எடுத்தன. 'வரவச ரொம்ப மோசமாப் போகுதே நிலைமை' என்று வேறு வருந்தினான்.

அவள் கடியாரத்தைப் பார்த்தாள். 'ஓ, டயமா யிடுத்தே... போசுவேண்டியதுதான்' என்று சொல்லி விட்டு நின்றாள் ... அவன் நின்ற மேஜையின் எதிரே அழகி வந்தாள். 'சுந்தரம், ஒரு விஷயம்னா! உள்ளது உள்ளபடி சொல்லணும், சரியா?" என்று அழகாகக் கேட்டாள்.

கனத்துத் தொங்கிய லோலக்குகள் ஆட, சிலிர்த்து நிற்கும் ரோமங்கள் நெளிய, அவள் சுந்தரமாகத் தலையசைத்து இனிமையாக வினவியது சங்கோசியான அவனுக்குக் கூட, துணிந்து கண்ணிலே கண்ணிட்டுப் புன்னகைக்கும் சக்தி ஊட்டியது. அவளையே பார்த்த படி நின்றான்.

'சுந்தரம்' என்றாள் மெதுவாக.

'ஊங்'

.சுந்தரம் நான் எப்படி யிருக்கேன்? அழகா இருக்கிறேனா?" என்று கனிவான குரலில் வினவினாள் கனகம். அவன் எதிர்பாராத கேள்வி அது.

அவள் சிரித்தாள். 'இன்று என் மேக்கப் எப்படி? அழகு தானா?' என்று கேட்டாள் மறுபடியும்.

அவனது கண்கள் ரசித்து விழுங்கின அவன் எழிலை. அவன் உள்ளம் வியந்து மகிழ்ந்தது. ஆனால் சொல்லத் துணிவில்லை அவனுக்கு.

'என்ன? ஒன்றும் சொல்ல மாட்டேளா?' என்று காஞ்சினாள் கனகம். அவன் கண்கள் சொல்வது என்ன என்பது அவளுக்குத் தெரியாதா! என்றாலும், வாய் திறந்து அதைச் சொன்னால் என்ன குடியா முழுகிவிடும்?

அவள் அவன் கண்களில் கண்ணிட்டு நின்றான் ஒருகணம். அவன் விழிகள் மண்ணில் பாய்ந்தன. அவனது உணர்ச்சிக் குழப்பம் அதிகரித்தது. 'ஐயோ! இவ்வளவு தானா! கதைகளில் மட்டும்தான் அளக்கத் தெரியும்னு சொல்லுங்கோ" என்று கெக்கலித்தாள். ஊம். நீங்கள் சொல்லவேண்டாம்! நான் போகிறேன். ஆனால் நான் சொல்லாமல் போகலாமா?... சுந்தரம்... என்றாள் உணர்வு நெளியும் மெல்லிய குரலிலே.

அவன் தலைநிமிர்ந்து அவளைப் பார்த்தான்.அவன் மென்னகை பரப்பி அவனையே கவனித்தாள். 'நீங்கள் நல்ல அழகு. ஆனா பயப்படுறேலே !" என்று கூறி, அவன் கன்னத்திலே கையினால் லேசாக ஒரு தட்டுத் தட்டி விட்டு நகர்ந்தாள் லேடி கனகம்.

உயர்ந்து தாழ்ந்த கையின் வளைகள் ஆர்த்தன அவள் சிரிப்பு கலகலத்தது. குறும்பு ஆடிய பார்வை கண்ணின் கடைக்கு ஓட, அவனை, அவன் குழப்பத்தை, வெட்கத்தைக் கண்டு களித்தபடி, வெளியேறினாள் ஒய்யாரி.

சுந்தரம் செயலற்றுப் போனான். அவன் உடல் ஒடுங்கியது. உள்ளம் ஒடுங்கியது. உணர்ச்சிகளின் குழம்பலைப் பிரித்து அடக்கவே அவனால் முடியவில்லை. அவளது சொல்லையும் செயலையும், அவள் தன்னிடம் பழகும் முறையையும் அவன் கவனித்து வந்திருப்பினும்,லேடி கனகம் இவ்வளவு தூரம் துணிந்து விடுவாள் என அவன் கனவு கூடக் கண்டதில்லை. உண்மை அவன் உள்ளத்தை உலுக்கியது, அவன் அப்படியே உட்கார்ந்து விட்டான்.

'விணீங் விணீங் ' - - ஆசிரியர் கூப்பிடுகிறார் என்றது மணி. அவன் திடுக்கிட்டான். அவர் இங்கேயே இருந்தாரா?...

பயம் அவனைக் கவ்வியது. தளர் நடை நடந்து அவர் முன் போனான்.

ஆராவமுதரின் முகத்திலே தெளிவில்லை. துயரம், ஏமாற்றம், கடுகடுப்பு எல்லாம் கண்சிமிட்டின. அவரது உள்ளக் குமுறலை ரத்தம் கட்டிச் சிவப்பேறிய கண்கள் காட்டின.

"என்னப்பா சுந்தரம்?" என்று வரண்ட குரலில் கேட்டார் அவர். 'ஊம், எத்தனை நாட்களாக இந்த நாடகம்?'

அவருக்கே ஒன்றும் ஓடவில்லை தான். அவர் தூங்கி எழுந்து தமது அறையில் அமர்ந்திருந்தது யாருக்கும் தெரியாது. அவர் வீட்டில் இல்லை என்று தான் நம்பியிருந்தாள் கனகம். அதனால் தான் தனது ஒளிவண்ணம் காட்டி அவனை வசியம் செய்யும் திட்டத்திலே கொஞ்சம் முன்னேறிப் படையெடுப்பு நடத்தினாள் அன்று!

அவள் தனது திறமையை அதன் வெற்றியை எண்ணி மகிழ்ந்தபடி மங்கையர் மன்றத்துக்குப் போய் விட்டாள். அவனோ குழம்பிக் கலங்கிக் குமுறியவன் மேலும் திணற நேர்ந்தது. அவனது உள்ளம் கொதித்தது, துக்கம் பொங்கியது. எதுவும் சொல்ல வாய் வரவில்லை அவன் கண்கள் நீர் கொட்டின.

அவன் அழுதான். தான் செய்யாத தவறுக்காக அழுதான்! என்னால் இனி இங்கு இருக்கமுடியாது. எனக்கு வேலை வேண்டாம், ஸார். நான் போகிறேன்... நான் தப்பு செய்யலே. உங்களுக்கே தெரியும்' என்று உரைர்ச்சியோடு சொற்களைக் கொட்டிவிட்டு, அங்கு நிற்காது வெளியேறி விட்டான் வேகமாக.

ஆராவமுதரின் மனம் அவனுக்காக இரங்கியது. தனது சொந்த நிலையை எண்ணி வருந்தியது. கனகத்தின் செயலை எண்ணிக் குமைந்தது. கொதித்தது. 'தேவடியாச் சிறுக்கி! வீட்டிலேயே இப்படி நாடகமாடத் துணிந்தாளே, வெளியிலே என்ன நாடகமாடுகிறாளோ! என்னென்ன வேலைகள் செய்தாளோ' என்று புழுங்கினார்.

அவளை என்ன செய்வது ? என்ன செய்வது?

'செய்வதற்கு என்ன இருக்கிறது! அவளை மிஞ்ச விட்டாச்சு. ரொம்ப முற்றிப் போயிட்டுது நிலைமை. இனி என்ன செய்வதற்கு இருக்கு! வெட்கக்கேடே என்று மூலையில் ஒடுங்கிக் கிடக்க வேண்டியது தான்... கர்மம்... கர்மம்!' என்று தலையிலடித்துக் கொண்டார்.

'கர்மமென்ன செய்யும்; கடவுள்தான் என்ன செய்வாரு! மனுஷ ஜென்மங்களே புத்தி கெட்டுத் இரியது. ஜந்துக்கள்!" என்று தமக்கே சிந்தனைக் சூடு கொடுத்துக் கொண்டார் ஆசிரியர்.

ஆயினும் குமுறும் உள்ளம் அமைதியுறவில்லை. அறையிலே இருந்த இடத்திலே அமர்ந்து விட்டார். மணி ஓடியது. அவர் உள்ளத்து நிலை மாதிரி, வெளி உலகும் இருண்டது. இரவு ஓடியது. பத்து மணிக்குத் தான் லேடி கனகம் ஒய்யாரமாக வந்தாள்.....

வந்தவள் எதிர்பாராத வரவேற்பு ஏற்று, கொதிப்புற்றபடி தனது அறைக்குள் சென்றாள். படுக்கையில் விழுந்தாள். 'மிருகம்! என்ன இருந்தாலும் என்னை அடிக்கவா சொல்லியிருக்கு! அப்படி நான் என்ன தவறு செய்துவிட்டேனாம்? எதையாவது எண்ணிக் கொண்டு என்னை அடித்தால் வரவர மடத்தனம் தான் வளருது!'

தனது குறைகளை உணரமுடியாது மங்கையின் உள்ளம் கொதித்தது. அவள் அழுது கொண்டு கிடங்தாள். அவள் மனமோ அவர் செய்த சிறுதவறுகளைப் பெரிய பிசகுகளாகவும், பெருந் தவறுகளை மகத்தான குற்றங்களாகவும் படம் பிடித்துக் காட்டின, அந்தந்த சந்தர்ப்பங்களில் தவறுகளாகப் படாதது எல்லாம் மகத்தான பாபங்களாக - தனக்கு அவர் இழைத்த துரோகமாக அவளுக்குப் பட்டது. அவற்றை எண்ணி அவள் அழுதாள்.

அவள் தூங்கவே யில்லை. எப்படித் தூக்கம் வரும்?

'இத்தகைய மிருகத்தோடு வாழ்க்கை நடத்து வதை விட சுதந்திரமாக வாழலாமே. சுகமாக வாழ சொத்து இல்லையா? படிப்பு இல்லையா? நான் இவர் வைத்த வேலைக்காரியா என்ன! என்று சீறினாளள் ஸ்ரீமதி.

'மனைவி என்றால் அவள் வீட்டுக்குள்ளேயே அடைபட்டுக் கிடக்க வேணுமாக்கும் ? நான் என்ன பட்டி மாடா, அப்படிக்கிடக்க? நல்ல அலங்காரம் செய்யப் படாது, வெளியே போகப்படாது, அது கூடாது, இது கூடாது என்றால் என்னை ஏன் இவர் கல்யாணம் செய்து கொள்ளனும் ?... முன்பெல்லாம் இப்படியில்லை. இப்ப கொஞ்ச நாளாகத் தான் அவருக்கு மூளை சரியில்லே' என்று முடிவு கட்டினாள் அவள்,

'ஊஹூம். முடியாதம்மா இனியும் இங்கே யிருந்து வாழ! சுத்த பாஸிசமாக அல்லவா இருக்கு இவர் போக்கு!' என்று தீர்ப்புக் கூறினாள் உரிமை மிகக் கொண்ட நாகரிக அம்மணி? என்னென்னவோ எண்ணி,படுக்கையில் புரண்டாள்.

விடிந்ததோ விடியவில்லையோ-

அவசரம் அவசரமாக எழுந்து, ஆயத்தங்கள் எல்லாம் செய்து கொண்டு, பிரயாணத்துக் கிளம்பி விட்டாள் லேடி கனகம்.

தூக்கமற்று, துயருற்ற இதயத்தோடு குமுறிய ஆராவமுதர் அனைத்தையும் உணர்த்தார். ஆயினும் என்ன செய்வதற்கு இருக்கிறது? அவர் உள்ளம் கூடக் கொஞ்சம் கொந்தளித்தது. உணர்ச்சிச் குறையிலே அல்லாடினார் அவர்.

மனம் பொறாது முடிவில் வெளியே வந்து மௌனமாக நின்றார். 'கனகம், உனக்கே இது நல்லாருக்கா? நீ செய்த பெரிய தவறுகளை ....

அவர் பேச்சை அவள் கேட்க விரும்பவில்லை. 'எது நல்லாருக்கு, நல்லால்லே என்பது எனக்கே தெரியும். நீங்க ஒண்ணும் போதிக்க வேண்டாம். நான் எங்க அப்பா வீட்டுக்குப் போறேன்' என்று சொல்லி விட்டு, காத்து நின்ற காரிலே ஏறினாள்.

கார் உறுமிக் கனைத்துப் புறப்பட்டது. ஓடி வெளிவேறியது.

ஆராவமுதர் நெடுமூச் செறிந்தார். சிறிது நேரம் செயலற்று, சிந்தனையற்று நின்றார். அவர் அறிவு சொன்னது-

"சனியன் தொலைந்தது போ. பகட்டிக் குலுக்கித் திரிகிற தளுக்குக்காரிக்கு தறுதலைத்தனமாக நடப்பது தான் சுதந்திரமாம். உரிமையாம்! இதா நாகரிகம்? சுத்த தேவடியாத்தனம் தான் !... எப்படியும் கெட்டலைந்து நாசமாகட்டும் அவ!'

அவரால் வேறு எதுவும் தீர்ப்புக்கூற முடியவில்லை. ஆழ்ந்த நெடுமூச்சு தான் கிளம்பியது கொதிப்புற்ற அவர் உள்ளத்திலிருந்து,

★★★